गुलमोहर
GULUMOHAR

भूषण मोहित

Copyright © Bhushan Mohit
All Rights Reserved.

This book has been self-published with all reasonable efforts taken to make the material error-free by the author. No part of this book shall be used, reproduced in any manner whatsoever without written permission from the author, except in the case of brief quotations embodied in critical articles and reviews.

The Author of this book is solely responsible and liable for its content including but not limited to the views, representations, descriptions, statements, information, opinions and references ["Content"]. The Content of this book shall not constitute or be construed or deemed to reflect the opinion or expression of the Publisher or Editor. Neither the Publisher nor Editor endorse or approve the Content of this book or guarantee the reliability, accuracy or completeness of the Content published herein and do not make any representations or warranties of any kind, express or implied, including but not limited to the implied warranties of merchantability, fitness for a particular purpose. The Publisher and Editor shall not be liable whatsoever for any errors, omissions, whether such errors or omissions result from negligence, accident, or any other cause or claims for loss or damages of any kind, including without limitation, indirect or consequential loss or damage arising out of use, inability to use, or about the reliability, accuracy or sufficiency of the information contained in this book.

Made with ❤ on the Notion Press Platform
www.notionpress.com

अनुक्रमणिका

ऋणनिर्देश, पावती	v
प्रस्तावना.	vii
1. कळी म्हणते फुलाला	1
2. मनो मनी आपला संवाद	4
3. आली चंद्रमुखी	5
4. आठवणींच्या गोत्यात	6
5. तुझी साद ऐकुनी	7
6. तुझ्या असण्याने रंगतात	8
7. तुझा माझ्या नात्याला	9
8. एक ओळख अनोळखी	11
9. तुझ्या आठवणींचे चांदणे	12
10. चूक	13
11. शृंगार	14
12. मेळ पावलांचा	15
13. फुलाची जळमट	16
14. तुझ्याविना सखे	17
15. नि शब्द तू	18
16. नादावणारी प्रीत	19
17. काय होते तुझ्यात	20
18. जागृत	21
19. तपस्वी	23
20. तिथे तुझा चेहरा दिसावा	24

• iii •

अनुक्रमणिका

21. बहाणे	25
22. तुला सांगायला कधी जमलंच नाही मला	26
23. अल्लड मनाचे प्रेम	27
24. तू भेटलीस नव्याने	28
25. स्पर्श	29
26. दिवाणा	30
27. एकाकी मनात	32
28. गुलमोहर	33

ऋणनिर्देश, पावती

अनुक्रमणिका

1. कळी म्हणते फुलाला
2. मनो मनी आपला संवाद
3. आली चंद्रमुखी
4. आठवणींच्या गोत्यात
5. तुझी साद ऐकुनी
6. तुझ्या असण्याने रंगतात
7. तुझा माझ्या नात्याला
8. एक ओळख अनोळखी
9. तुझ्या आठवणींचे चांदणे
10. चूक
11. शृंगार
12. मेळ पावलांचा
13. फुलाची जळमट
14. तुझ्याविना सखे
15. नि शब्द तू
16. नादावणारी प्रीत
17. काय होते तुझ्यात
18. जागृत
19. तपस्वी
20. तिथे तुझा चेहरा दिसावा
21. बहाणे
22. तुला सांगायला

ऋणनिर्देश, पावती

कधी जमलंच नाही मला

23. अल्लड मनाचे प्रेम

24.

प्रस्तावना.

गुलमोहर हे नाव मी पुस्तकाला दिलय, कारण म्हणतात ना प्रेमात पडल्यावरती कोणतेही भान राहत नाही

तसेच प्रेम आपल्याला भेटलं कि आपण त्याला स्वर्ग म्हणतो. नाही भेटलं तर मरण ते आपण कधी विसरू शकत नाही, कारण आयुष्यभर आठवणी सोबत असतात, प्रत्येक आठवणींचा क्षण कवितांन मधून यक्त केलं आहे

प्रस्तावना.

Enter Caption

प्रस्तावना.

मी भूषण मोहित गुलमोहर हा कविता संग्रह प्रकाशित होत आहे. बोलायचं म्हणजे कविता करणे ha माझा छंद माझ्या मनातल्या भावना मी व्यक्त करतो, माझं मूल गाव वावे पंचतन

गुलमोहर हा कविता संग्रह प्रकाशित होत आहे. या पुस्तका बद्दल सांगायचं म्हटलं तर, बहुतेक कविता या आठवणीतल्या आहेत. आपल्या मनातल्या प्रेमाबद्दलच्या भावना, कवितेत मी रेखाटली आहे. कवितेत मांडण्याचा विचार मला. महत्वाचा वाटत होता " प्रेम हा शब्द सगळ्यांना माहित असतो. पण फार थोड्या जणांनी, तो खऱ्या अर्थाने अनुभवलेला असतो. असे अनेक शब्द सुचत कविता पूर्ण झाल्या.

1. कळी म्हणते फुलाला

कळी म्हणते फुलाला

सुटलाय मंद वारा

मिठीत घेना मला

फुल म्हणतो कळीला

बहरू दे ना

एवढी घाई कसाला

मंद मधुर झुळकेचा

गुलमोहर

दव भरल्या पहाटेचा

गंध पसरला मानत उतरला

मोहक फुललेल्या कळीचा

पावसाच्या थेंबाने

फुलू दे प्रीतीचा मळा

तुझ्या माझ्या नात्याचा ओलावा

देई सुगंध मातीला

भूषण मोहित

कळी म्हणते फुलाला

तुझ्या माझ्या प्रेमाची प्रीत फुलू दे

फुल म्हणतो कळीला

तुझा हा कोमल गंध पाना पानातुन पसरू दे

1

2. मनो मनी आपला संवाद

मनो मनी आपला संवाद
मनी दडलेला
एक उत्तम संवाद
आपणच घडवलेला
सहज सुखावणारा
कडू गोड आठवणींचा
अस्वाद मनी रुजलेला
भावनांशी जुळणारा
अंतर्मनात डोकावणारा
तुझ्या हृदयाची गुंतलेला
मनो मनी आपला संवाद
मनी दडलेला ....
मोहरणाऱ्या स्पंदनाशी
दडलेला गुपित
मौनातून साधलेला
अबोल अव्यक्त भावनेचा
स्वर शब्दात भिजलेला
मनो मनी आपला संवाद
मनी दडलेला ....

3. आली चंद्रमुखी

आली चंद्रमुखी
करुनि धुंद शृंगार
माळूनी सुमनांस
तनी पेटून अंगार
रचुनी स्पंदनांचे गीत
लेवुनी श्वासांचे गुंज
करुनि नाद मधुर झंकार
भुलवी मनी हळुवार
खुल्या त्या बटातून
चंद्र करी संचार
चांदण्यात सजून येई
खुली लावण्याची नार
स्पर्श तो अबोल
करी मनी साकार
देई मनातल्या हृदयाला
अवचित नवा आकार

4. आठवणींच्या गोत्यात

हि चाहूल कि
माझ्या मनाचा भास
आठवणीनं सवे येई
चोर पावली तुझीच आस
कुठे गंधाळला श्वास
वेडा हा विश्वास
अंधारलेल्या मनास
काजव्याच्या प्रकाश
दूर तुझा सहवास
तरी भासे जवळपास
चांदणी ती नभात
लुभावते मनात
खंत ती मनात
का दोष दुराव्यात
आठवणींच्या गोत्यात
तू भेटते हमखास

5. तुझी साद ऐकुनी

तुझी साद ऐकुनी
मी तुझ्यासाठी धावुनी आलो
तुझ्या प्रेमाच्या वर्षावात
चिंब मी नाहलो
तिच्या आतुर बाहुपाशात
देहभान नकळत विसरला
अन मोहरली ती सुद्धा
गंध अंतपुरी उधळला
कैद झाला मनाचा कळस
तिच्या मादक देहबोलीत
तिने सामावलं मनास
काळजाच्या खोल खोलीत
प्रीतीची चढली धुंदी
ना सुटण्याची तमा तिला
उमलली पाकळी पुन्हा
सुटकेचा किरण दिसला तिला

6. तुझ्या असण्याने रंगतात

तुझ्या असण्याने रंगतात
भाव गहिरे मोहाचे
तुझ्या नसण्याने वाहातात
अश्रू तुझ्या आठवणींचे
तुझ्या असण्याने असतात
क्षण आनंद तारकांचे
तुझ्या नसण्याने जमतात
ढग काळे आशकांचे
तुझ्या असण्याने फुलतात
फुलोरे मनातल्या शब्दांचे
तुझ्या नसण्याने सलतात
काटे नसत्या गोष्टीचे
तुझ्या असण्याने नादात
स्पंदने ललित हृदयाचे
तुझ्या नसण्याने भासतात
सूर तुझ्या मैफिलीचे

7. तुझा माझ्या नात्याला

चल
उशीर होण्याआधी
दोन मनांचा संवाद साधू
मतभेट मनातील विसरून जाऊ
पुन्हा नव्याने एक होऊ
बघ
गैरसजुतीची सांज सुद्धा
आपुलकीच्या रंगात रंगत आहे
रंगणार मन सुद्धा
तुझ्यात तल्लीन झाले
आता
सांजेच्या रंगात रंगून
पुन्हा नव्याने क्षितीज रंगवू
चल
उशीर होण्याआधी
दोन मनांचा संवाद साधू
मतभेट मनातील विसरून जाऊ
पुन्हा नव्याने एक होऊ
बघ
गैरसजुतीची सांज सुद्धा
आपुलकीच्या रंगात रंगत आहे
रंगणार मन सुद्धा
तुझ्यात तल्लीन झाले

गुलमोहर

आता
सांजेच्या रंगात रंगून
पुन्हा नव्याने क्षितीज रंगवू
तुझा माझ्या नात्याला
स्वप्न उद्याचे नव्याने देऊ

8. एक ओळख अनोळखी

एक ओळख अनोळखी
मनात घर करून गेली
असणाऱ्या नसणाऱ्या क्षणात
आठवणींचे अगणित मोती
ओंजळीत भरून गेली
अबोल मनाची अबोल प्रीत हि
नजरेत दाद देत गेली
मूक सारे संवाद तिचे
कळले नाही कधी
एक ओळख अनोळखी
मनात घर करून गेली
ऋतू आले ऋतू गेले
बरसले ना ढग दाटलेले
वाद मनाशी होत गेले
भाव मनीचे गर्जत होते सारे
तिच्या नजरेत एकवटलेले
एक नाते जिव्हाळ्याचे
स्पंदनात कैद झाले
मोती जसे शिंपल्यातले
मुठीत मिटलेले,

9. तुझ्या आठवणींचे चांदणे

पाहुनी तुला
मन हळवे झाले
तुझ्या आठवणींचे चांदणे
माझ्या अंगणी पडले
तुझ्या आठवणींचे हुंदके
नकळत आसवांना गाळले
गस्त स्मृतीच्या त्या चंद्राने
जणू आभाळ उजळले
मन वेडे पुन्हा एक झाले
नियतीने तुला धाडले
तुझ्या अबोल नात्याला
मी आठवणीत गाठले
तुझ्या माझ्या नात्याचे
क्षण सोनेरी सजले
तुझ्या प्रेमाचे चांदणे
पुन्हा माझ्या अंगणी पडले

10. चूक

कोणाचे चूक कोणाचे बरोबर
यातच चांगुल पणा लोप पावतो
जो तो केवळ दुसऱ्यांच्या
चुका मोजत बसतो
शब्दांच्या पलीकडे जाऊन
शब्दांचा अर्थ जाणून घ्याचा असतो
स्वार्थाच्या जात्यात मग
उगाच आपण भरडले जातो
चुकीचा माणूस
नेहमी चुकत जातो
किती सांगूनही
तो सोयीच्या राजकारणात
कधी ना कधी डुबून जातोच
तीच माणसे कधी ना कधी,
कोणत्या ना कोणत्या वळणावर येऊन भेटतात
काही आठवणीत रहातात
तर काही विस्मृतीत जातात

11. शृंगार

मायेचा शृंगार
तुझ्या देहावर सजला
तल्लीन मनाचा देह
त्यावर अलगद विसावला
लिपस्टिक हास्याची
जरा ओठांना लाव
रंगणाऱ्या ओठांनी
घे भावून मनाचा ठाव
आपुलकीचा काजल
जरा डोळ्यांना लाव
त्यात पाहतोय मी
माझ्या स्वप्नांचा गाव
लेवून बघ सखे
नव्या प्रीतीचा प्रभाव
समजून घे सखे
माझ्या मनातले मौन भाव

12. मेळ पावलांचा

तुझ्या सोबतीने
चाले मेळ पावलांचा
हळुवार पणे गुंतत जायी
जोड आपल्या नात्याचा
काळ उलटून जाई
मृगजळी भासांचा
छंद तुझा अविरत राही
कस्तुरीचा ध्यासाचा
ठाव लागणार नाही
आपल्या जवळील नाभीचा
होईल शिकार अवचित
बाण लागूनी कोणा पारधीचा
चाहूल त्या क्षणांची
शोध घेईल तुझ्या देहाचा
नकळत रेंगाळतो तुझ्याच वाटेवर
मेळ हा पावलांचा

13. फुलाची जळमट

दुरूनच पाहत होतो तुला
माझ्या गुलाबाच्या फुलास
झुलत होते मन तुझ्याच भोवती
हसत दिलखुलास
फिरत होतो फुलपाखरा सारखा
तुझ्याच अवती भोवती
वाहत होता वारा मंद धुंद
उमलत होती हळुवार पाकळी
दरवळत गंध सुगंध
उमलत्या कळीला
उतरला वाऱ्याचा छंद
वाऱ्याच्या मनात होता
फुलाचा मकरंद
वारा बेधुंद झाला
क्षणात विसावला
पाकळी हळुवार विखुरली
क्षणात चुरगळले फुलाला
वारा झाला शांत
आपली दिशा त्याने बदलली
मनाची जळमट
फुलाच्या माथी
कायम चिटकवली

14. तुझ्याविना सखे

तुझ्याविना
मन लागना कशात
नित्य रमतो तुझ्या आठवणींत
मोहक तुझा चेहरा सखे
वसलाय माझ्या मानात
तुझ्याविना सखे
व्यक्त होतो मी शब्दात
कवितेच्या खोल त्या डोहात
जादू हि कसली तुझी
जागोपनी तुझेच भास होतात
तुझ्याविना सखे
फुले हि फुलदाणीत हसतात
नकळत तुझी आठवण करून देतात
ठाऊक आहे का ? तुला
गंध तुझाच घेवुन येतात
तू श्वासात तू ध्यासात
तू दिसतेस चराचरात
तुझ्याविना सखे
आनंद नाही या खुल्या जीवनात

15. नि शब्द तू

नि शब्द तू
तरी हि रात्र बोलत आहे
तुझ्या प्रीतीचे गुंज
अलवार मनी खोलत आहे ||
तुझ्या हळुवार स्पर्शाने
जणू रातराणी गंधाळत आहे
तुझ्या आठवणींचे ते क्षण
अधिक छळत आहे ||

16. नादावणारी प्रीत

कस सांगू तुला
पावसाचं येण तस
आठवणींचं येन नसत
आठवणीत रमणाऱ्या प्रेमात
जणू पावसाचं बरसन असत
समजून घेशील तेव्हा कळेल तुला
नदीचा आवेग काय असतो
तिला सामावून घेणयासाठी
सागरही तितकाच आतुर असतो
नात्याची सुंदरता
क्षण क्षणात खऱ्या प्रेमात
वाढत जाते
मनाच्या त्या सुंदरतेत
देहभान हरपून जाते
भिजवून बघ एकदा
खऱ्या प्रेमाच्या अनुभूतीत
श्वासात गंध भरून
ओठी फुलेल गीत
तेव्हा उमजेल तुला
खरी नादावणारी प्रीत

17. काय होते तुझ्यात

काय होते तुझ्यात
मन प्रेमात विरले होते
तुझ्या आठवणीत
मन एकाकि उरले होते
काय होते तुझ्यात
हृदय माझे भाळले होते
भाळलेल्या हृदयात माझ्या
एकाकी उणे होते
काय होते मनात
ना तुला कळले होते
मनाच्या त्या चकव्याने
नित्य मानस छळले होते
काय होते तुझ्या प्रेमात
मन क्षणांनी भरले होते
भरलेल्या क्षणांनी
आसवानी घेरलं होते

18. जागृत

मी
भरभरून लिहतो तुझ्यावर
पण कळत नाही
मला कसे जमते
माझ्याच प्रश्नात माझं मन
उगाच का गुंते

हे प्रेम असेल का
का असेल तपस्या
अखंड वाहणारा शब्दांचा झरा
असतो का तितकाच खरा
मी नेहमी भावनेत राहिलो
तुझे बदलणारे रूप पाहून
कधी वाटेस तू
नवस्वप्नांच्या दुनियेतली उत्सुक
मित्र म्हणतात मला
तू हृदयाच्या गाभाऱ्यात वसते
पण प्रश्न हा आहे कि
तू स्वप्नात येऊन उगीच छळतेस
मी हलवून
हेलावून पाहिले हृदयात
परंतु
तू ना दिसलीस कुठे जागृत

गुलमोहर

मी टोचून पहिले लेखणीने
तरीही तू तशीच का निद्रित
का समजावे मी आता
तू केला असावा इतरत्र

19. तपस्वी

माळून चंद्र तारे तू
वाऱ्यावर अशी लहरू नको
ह्या रात्रीच्या धुंद प्रहरी
रातराणी तू बहरू नको
मज वेडावतो दरवळ तुझा
तू गंधाने मज मोहवू नको
मोहक तुझ्या गंधस्त्राने
तू घात मार्गी लावू नको
शांत निरव चहूओर
तू भंग तिचा करू नको
श्वास मिसळून श्वासात उगा
तू रंग लीला स्मरू नको
मी तपस्वी एक निशेचा
तू साधना माझी तोडू नको
तुझ्या मिटल्या नेत्र फुलांनी
तू स्वप्नी नाते जोडू नको

20. तिथे तुझा चेहरा दिसावा

मन उदास
त्यात लांबचा प्रवास
विरहाचा तुझा सहवास तिथे नसावा
मनास नित्य वाटावे
तिथे तुझा चेहरा दिसावा
हरवलेल्या स्वप्नात
रणरणत्या मनात
जणू तुझ्या प्रेमाचा ओलावा भासावा
तिला सावलीचा मागुमूस नसावा
मानाने तुझा शोध घ्यावा
अन तिथे तुझा चेहरा दिसावा
काटेरी मार्गात
काळ्याकुट अंधारात
काजव्यांच्या पाऊस दाटून यावा
माझ्या खुल्या नेत्री
तुझा चेहरा दिसावा
तुझ्या माझ्या संसारात
आयुष्याचा उंबऱ्यात
परतीचा पाऊस नसावा
उधाणलेल्या मानाने
तुझाच किनारा गाठावा
अन तिथे तुझा चेहरा दिसावा

• 24 •

21. बहाणे

जीवघेणे असतात ग
तुझे नित्य बहाणे
कधी वेडे होतात
तर कधी असतात शहाणे
माझ्या अर्जवाचे धडे
त्यावर तुझ्या आठवणींचे पाढे
गुंतलेल्या माझ्या मनाचे
कधी उलघडणार हे कोडे
कळतेय पण वळत नाही
कसे म्हणू ग छळत नाही
किती ठरले मनाने तरीही
स्थान तुझे ढळत नाही

22. तुला सांगायला कधी जमलंच नाही मला

आज सांगू उद्या सांगू
सांगताच नाही आलेलं
भाव हा प्रीतीचा
हृदयात मुरलेला
कस सांगू तुला
कधी जमलंच नाही मला
लटका अबोला धरायला
लटक्या तुझ्या रंगला
निमित्त असते
अबोला धरायला
असतो तो एक बहाणा
तुझी आवड जोपासायला
नात्याच्या चौकटित
बांधून घेतो स्वतःला
इथे प्रत्येक माणूस चुकतो
मग दोष द्याचा तरी कोणाला
तसहि वेदनेचा तळ
दिसत नाही कोणाला
ते तुला सांगायला
कधी जमलंच नाही मला

23. अल्लड मनाचे प्रेम

अल्लड मनाचे प्रेम
हल्ली कोणाला कळत नाही
बदलते विचार बदलते परिभाषा
मग पदरी पडते एक वेगळीच निराशा
वेगवान झालेल्या ह्या जगात
थांबायला वेळ कुठे असत
आज अबोला उद्या दुरावा
मग क्षणिक होतो आठवणींचा पसारा
अनामिक नात्याचं
अनैतिक नातं होत
मग या फुलावरून त्या फुलावर
फुलपाखराचा खेळ दिसत
काही जण असतात दिगंताच्या वाटेवर
विरहाची झालर घेऊन जुनी
दिवस सरत जातात
मग दिसत नाही कुणी
प्रेम प्यार इश्क लव्ह
भरता पोट होते बेचव
क्षणांच्या आकर्षणासाठी
क्षणिक दिसते सर्व उठाठेव

24. तू भेटलीस नव्याने

तू भेटलीस नव्याने
फुलले जीवन गाणे
सुरांच्या सुरावटीने
सजले नवे तराणे
तुझ्या माझ्या प्रेमात
उरले भान स्वतःचे
मी गीत रचले
तुझा स्वागताचे
तुझ्या माझ्या नात्यात
अलाफ सजत गेला
तुझ्या त्या संसारात
मन रंगत गेला
साताजन्माच्या संगी
तुझ्यात एकरुप झालो
तू उधळतेस मोती
मी झेलीत चिंब न्हालो

25. स्पर्श

एक स्पर्श स्पर्शाला
हळुवार स्पर्शून गेला
माझ्या उदास मनाला
नकळत हर्षुन गेला
मन बावरे जरासे
तो चेहरा सांगून गेला
माझ्या हृदयाचा ठोका
सीमा लांघून गेला
वळता कटाक्ष माघारी
सवाल करून गेला
मन मनाचा होकार
नजरेस भरून गेला
काय होते स्पर्शात
ते सांगून हूर गेला
हृदयास बिलगून माझ्या
लावून हुरहूर गेला

26. दिवाणा

रिमझिम नाऱ्या सरीत
तुला भिजताना पाहून
मी माझे पण हरवून जातो
बरसणाऱ्या पावसाचा एक एक थेंम
तिच्या देहावर रेंगाळतो
अन तिला पाहता
मी पाऊस होऊन जातो
वेडावत मन माझं
पाहून तीच
भिजलेलं निशिकांत
असूया माझ्या मानाची
भारावते भ्रांत
काय असावं
तीच आणि पावसाचं नातं
मी कोरडाच राहतो
मनाच्या डोहात
अलवार त्या मैफिलीत
पकडते माझा हात
गंध पसरतो खुल्या त्या आसमंतात
अन त्यात भिजून जातो
आपल्या दोन मनाचा एकांत
पाऊस जात जात
देऊन गेला

• 30 •

भूषण मोहित

मोहक इंद्रधनूचा नजराणा
मी नेहमी तिला सावरत राहिलो
बनून तिचा एक दिवाणा

27. एकाकी मनात

एकाकी मनात
तुझाच सहवास
खऱ्या प्रेमाचा
अतूट हा विश्वास
ओलावलेल्या नैत्री
तुझ्या आठवणींची आस
तुझ्याच भेटीसाठी
लागलेला ध्यास
मनास लुभावलेले
अस्तित्वाचे कयास
नात्यांच्या मागे
लोपलेले सायास
रेशमी पासातले
तेच घुसमटलेले श्वास
अन सुटलेल्या हातांचे
राहिले अधुरे प्रवास

28. गुलमोहर

रिक्त रिक्त मानत
गवसले ते क्षणात
चांदणे जसे शीतल
उतरले भर उन्हात
आठवणींच्या चांदण्यात
लावण्य रत्न साक्षात
लुब्ध मी पाहतो
तुझेच नवे अस्तित्व
आपुला हा प्रवास
असेल कायम सोबत
शीतल झुळूक वाऱ्याची
होती तुझ्या स्पर्शात
ओढ तिच्या भेटण्यात
वसंत फुलला मनात
तुझ्या माझ्या मिठीत
फुलला गुलमोहर ग्रीष्मात

www.ingramcontent.com/pod-product-compliance
Lightning Source LLC
LaVergne TN
LVHW090007230825
819400LV00031B/590